Impressum
Verlag: BABADADA GmbH, Nedderfeld 112 , 22529 Hamburg
Geschäftsführer / Verlagsleitung: Harald Hof
Druck: Books on Demand GmbH, In de Tarpen 42, 22848 Norderstedt

Imprint
Publisher: BABADADA GmbH, Nedderfeld 112 , 22529 Hamburg, Germany
Managing Director / Publishing direction: Harald Hof
Print: Books on Demand GmbH, In de Tarpen 42, 22848 Norderstedt

shule
skola

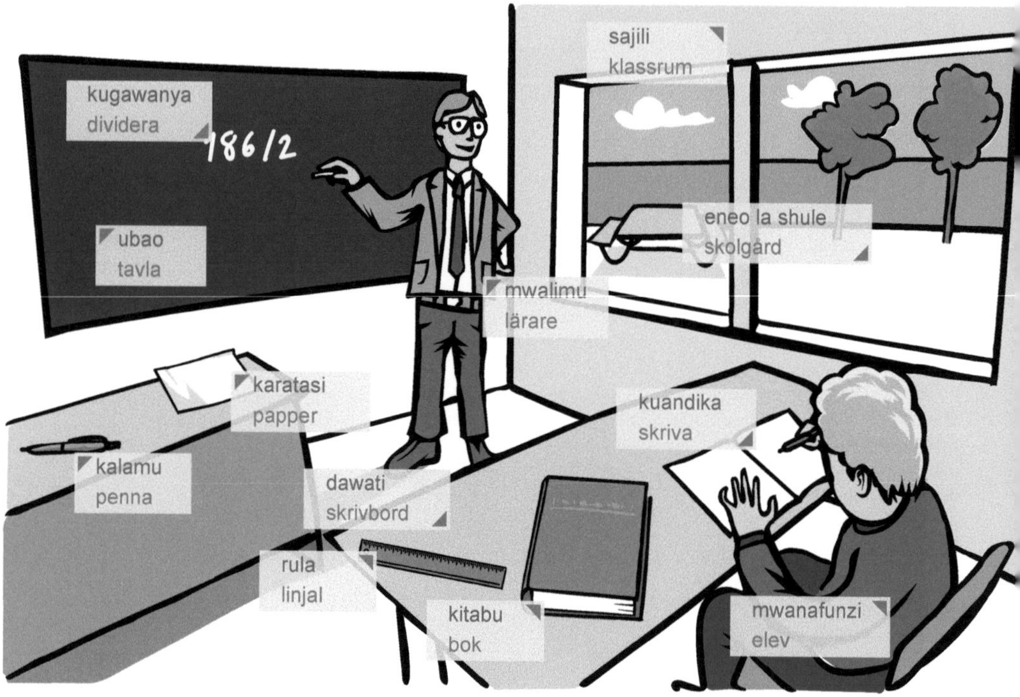
sajili
klassrum
kugawanya
dividera
186/2
ubao
tavla
eneo la shule
skolgård
mwalimu
lärare
karatasi
papper
kuandika
skriva
kalamu
penna
dawati
skrivbord
rula
linjal
kitabu
bok
mwanafunzi
elev

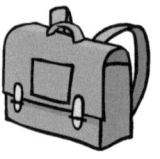

mkoba

skolväska

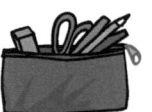

kikasha cha penseli

pennfodral

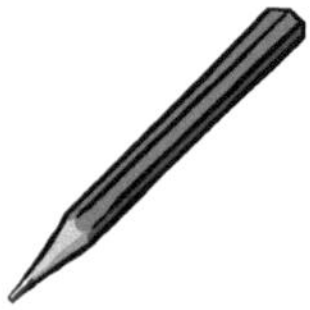

penseli

blyertspenna

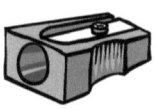

kichonga penseli

pennvässare

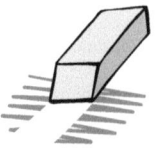

mpira

suddgummi

pedi ya kuchora

ritblock

uchoraji

teckning

brashi ya rangi

pensel

sanduku la rangi

målarlåda

mkasi

sax

gundi

lim

daftari

övningsbok

kazi ya nyumbani

hemläxa

nambari

tal

jumlisha

addera

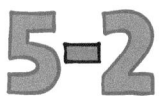

ondoa

subtrahera

zidisha

multiplicera

kokotoa

räkna

barua

bokstav

alfabeti

alfabet

neno

ord

maandishi
text

kusoma
läsa

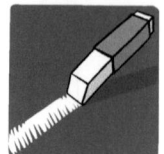

chaki
krita

somo
lektion

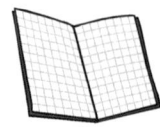

sajili
register

uchunguzi
prov

cheti
intyg

sare za shule
skoluniform

elimu
utbildning

elezo
uppslagsverk

chuo kikuu
universitet

darubini
mikroskop

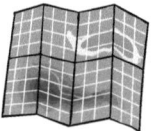

ramani
karta

kikapu cha kuweka karatasi
chafu
papperskorg

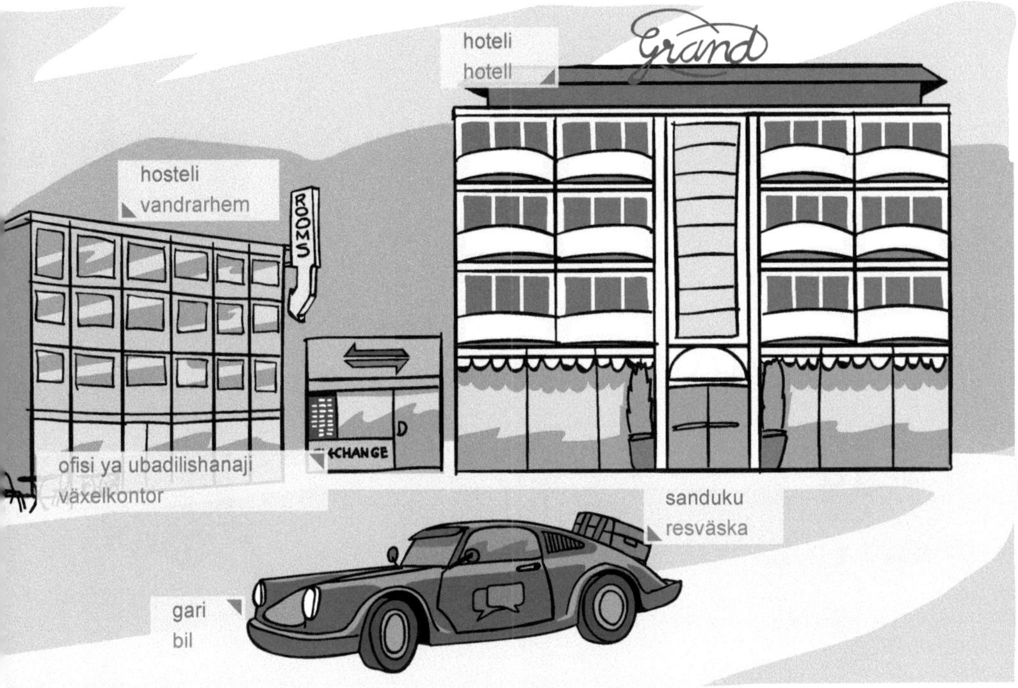

hoteli
hotell
Grand
hosteli
vandrarhem
ROOMS
ofisi ya ubadilishanaji
växelkontor
EXCHANGE
sanduku
resväska
gari
bil

lugha
språk

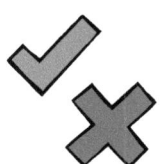

ndiyo / la
ja / nej

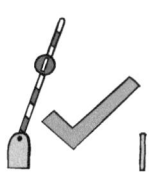

sawa
Okay

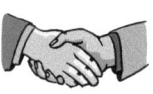

hujambo
hej

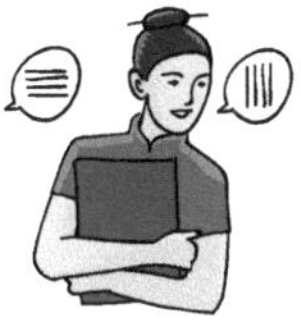

mtafsiri
översättare

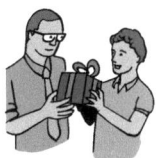

Asante
Tack

kiasi gani ni ...?

hur mycket kostar...?

Sielewi

jag förstår inte

tatizo

problem

Jioni njema!

God kväll!

Habari za asubuhi!

God morgon!

Usiku mwema!

God natt!

kwa heri

hejdå

mwelekeo

riktning

mizigo

bagage

mfuko

väska

shanta

ryggsäck

mgeni

gäst

chumba

rum

begi la kulalia

sovsäck

hema

tält

taarifa ya utalii
turistinformation

ufuo
strand

kadi
kreditkort

kifunguakinywa
frukost

chakula cha mchana
lunch

chakula cha jioni
middag

tiketi
biljett

kuinua
hiss

muhuri
frimärke

mpaka
gräns

mila
tull

ubalozi
ambassad

visa
visum

pasipoti
pass

usafiri
transport

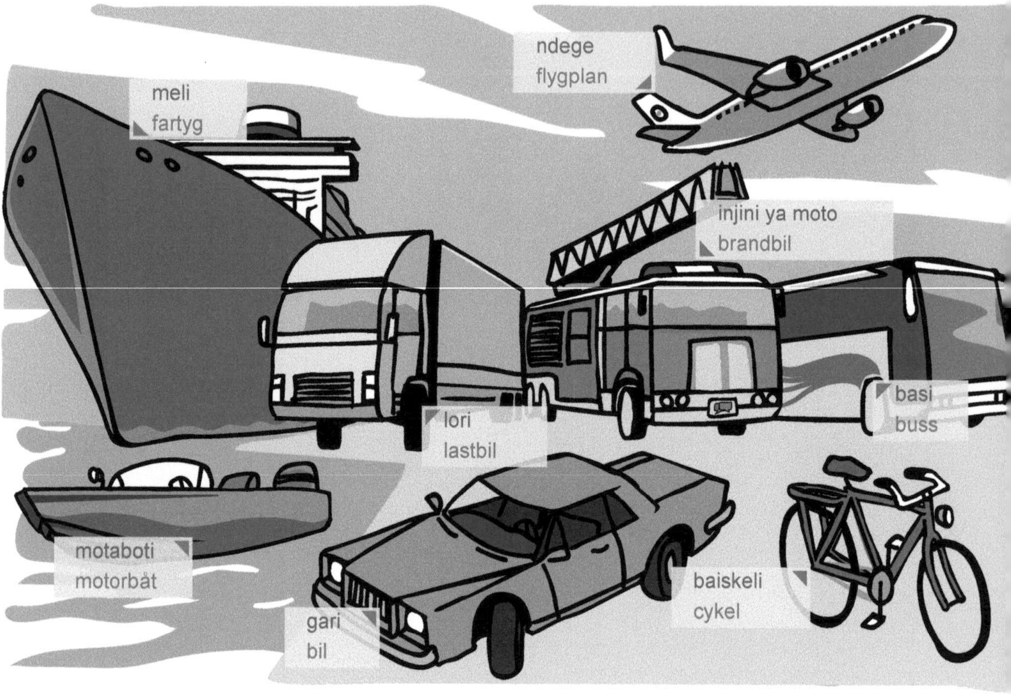
ndege
flygplan
meli
fartyg
injini ya moto
brandbil
basi
buss
lori
lastbil
motaboti
motorbåt
baiskeli
cykel
gari
bil

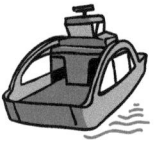

feri
färja

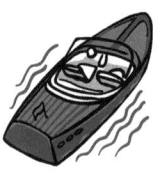

mashua
båt

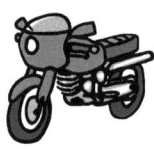

pikipiki
motorcykel

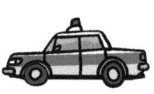

gari la polisi
polisbil

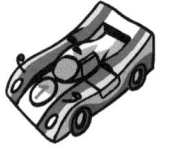

gari la mashindano
racerbil

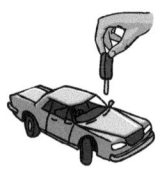

gari la kukodisha
hyrbil

kushiriki gari

bilpool

lori la kuvuta

bärgningsbil

ukusanyaji taka

sopbil

motor

motor

mafuta

bränsle

kituo cha mafuta

bensinstation

ishara trafiki

vägmärke

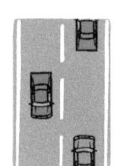

trafiki

trafik

msongamano

bilkö

maegesho

parkeringsplats

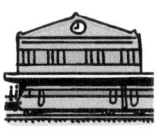

kituo cha treni

tågstation

reli

räls

garimoshi

tåg

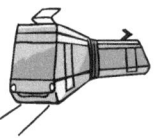

tremu

spårvagn

gari la mizigo

vagn

helikopta

helikopter

uwanja wa ndege

flygplats

mnara

torn

abiria

passagerare

chombo

container

katoni

kartong

mkokoteni

vagn

kikapu

korg

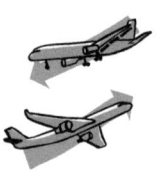

ondoka

starta / landa

jiji
stad

kijiji

by

katikati ya jiji

centrum

nyumba

hus

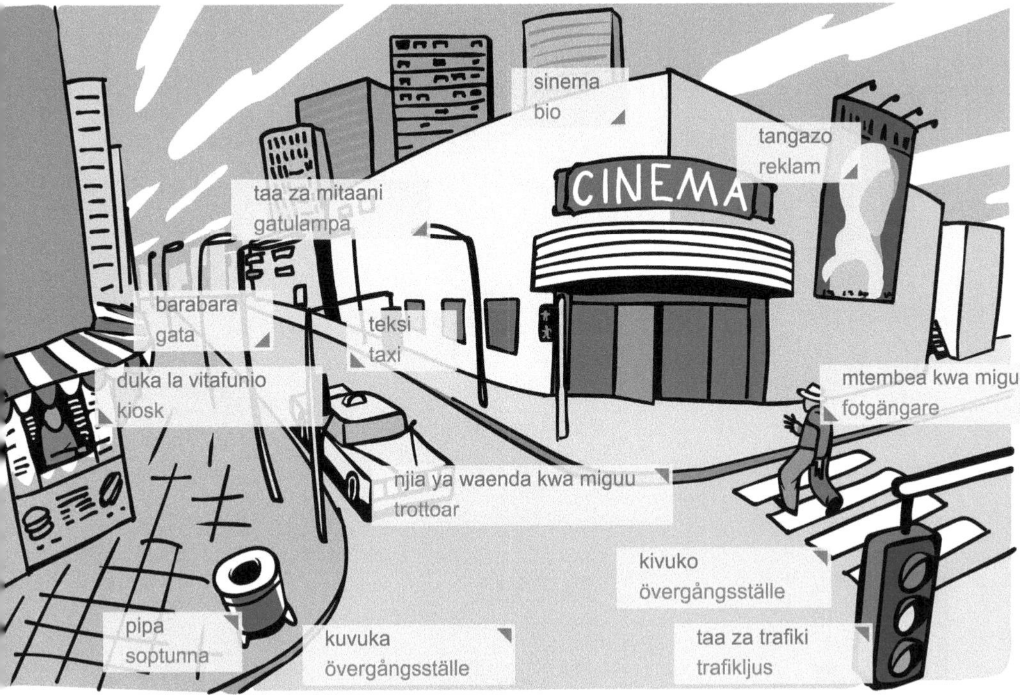

sinema
bio

tangazo
reklam

taa za mitaani
gatulampa

CINEMA

barabara
gata

teksi
taxi

duka la vitafunio
kiosk

mtembea kwa miguu
fotgängare

njia ya waenda kwa miguu
trottoar

kivuko
övergångsställe

pipa
soptunna

kuvuka
övergångsställe

taa za trafiki
trafikljus

kibanda

stuga

gorofa

lägenhet

kituo cha treni

tågstation

ukumbi wa mji

stadshus

Makavazi

museum

shule

skola

chuo kikuu

universitet

benki

bank

hospitali

sjukhus

hoteli

hotell

duka la dawa

apotek

ofisi

kontor

duka la kitabu

bokhandel

duka

affär

duka la maua

blomsterbutik

dukakuu

stormarknad

soko

marknad

idara ya kuhifadhi

varuhus

mwuza samaki

fiskhandlare

kituo cha ununuzi

köpcentrum

bandari

hamn

Hifadhi
park

benki
bänk

daraja
brygga

vidato
trappa

chini ya ardhi
tunnelbana

handaki
tunnel

kituo cha mabasi
busshållplats

bar
bar

mgahawa
restaurang

sanduku la posta
brevlåda

ishara ya barabara
gatuskylt

mita ya maegesho
parkeringsautomat

bustani ya wanyama
zoo

kidimbwi cha kuogelea
simbassäng

msikiti
moské

shamba
bondgård

uchafuzi
förorening

makaburini
kyrkogård

kanisa
kyrka

uwanja wa michezo
lekplats

hekalu
tempel

mazingira
landskap

jani
löv

ishara ya mwelekeo
vägskylt

njia
väg

malisho
äng

jiwe
sten

mtembeaji wa masafa
liftare

mti
träd

mto
flod

nyasi
gräs

ua
blomma

bonde

dal

kilima

kulle

ziwa

sjö

msitu

skog

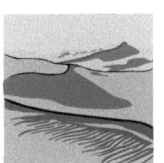

jangwa

öken

volkano

vulkan

ngome

slott

upinde wa mvua

regnbåge

uyoga

svamp

mtende

palm

mbu

mygga

kuruka

fluga

chungu

myra

nyuki

bi

buibui

spindel

mende

skalbagge

chura

groda

kuchakuro

ekorre

nungunungu

igelkott

sungura

hare

bundi

uggla

ndege

fågel

swan

svan

nguruwe mwitu

vildsvin

kulungu

rådjur

aina ya kongoni

älg

bwawa

damm

tabo ya upepo

vindkraftverk

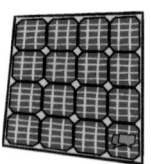

nishaji ya jua

solcellspanel

hali ya hewa

klimat

mazingira - landskap

mgahawa
restaurang

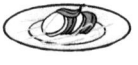

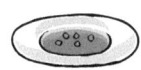

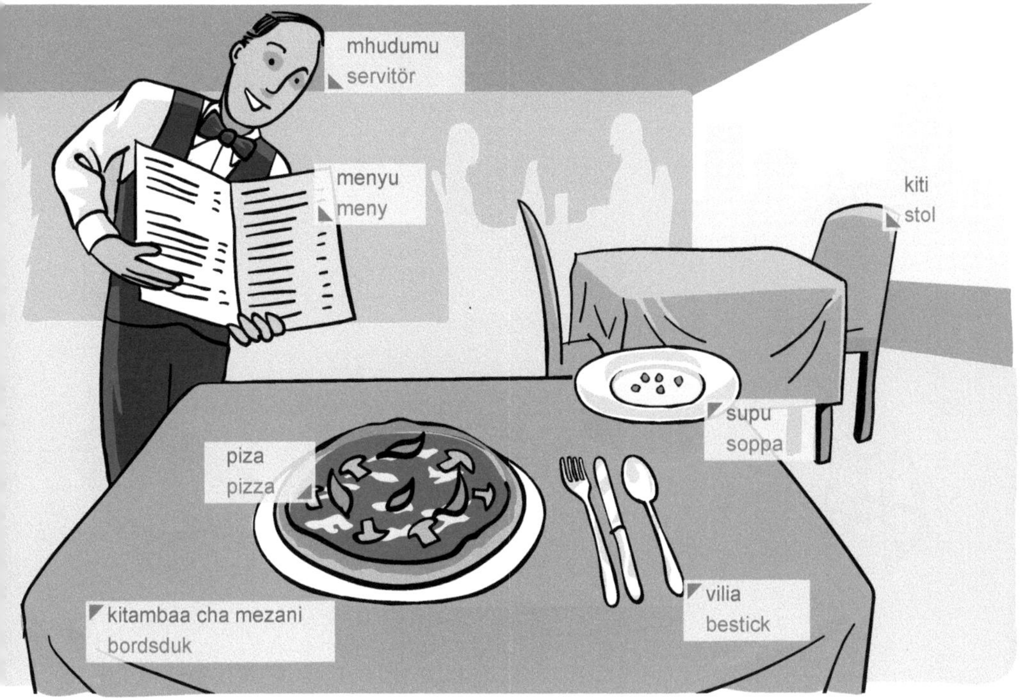

mhudumu
servitör
menyu
meny
kiti
stol
supu
soppa
piza
pizza
vilia
bestick
kitambaa cha mezani
bordsduk

kiamsha hamu

förrätt

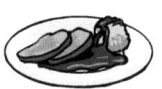

kozi kuu

huvudrätt

kitindamlo

dessert

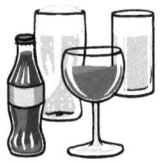

vinywaji

drycker

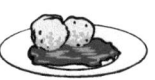

chakula

mat

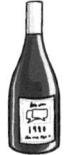

chupa

flaska

chakula cha haraka

snabbmat

Streetfood

street food

buli

tekanna

kisanduku cha sukari

sockerskål

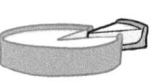

sehemu

portion

mashine ya espresso

espressomaskin

kiti kirefu

barnstol

muswada

räkning

trei

bricka

kisu

kniv

uma

gaffel

kijiko

sked

kijiko cha chai

tesked

nepi

servett

glasi

glas

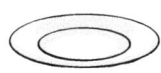

sahani
tallrik

sahani ya supu
sopptallrik

sufuria
tefat

mchuzi
sås

kichanyaji chumvi
saltkar

kinu cha pilipili
pepparkvarn

siki
vinäger

mafuta
olja

viungo
kryddor

kechapu
ketchup

haradali
senap

kachumbari nzito
majonnäs

dukakuu
stormarknad

ofa maalum
specialerbjudande
FOR
mteja
kund
maziwa
mejeriprodukter
matunda
frukt
toroli
varukorg

BUTCHERS

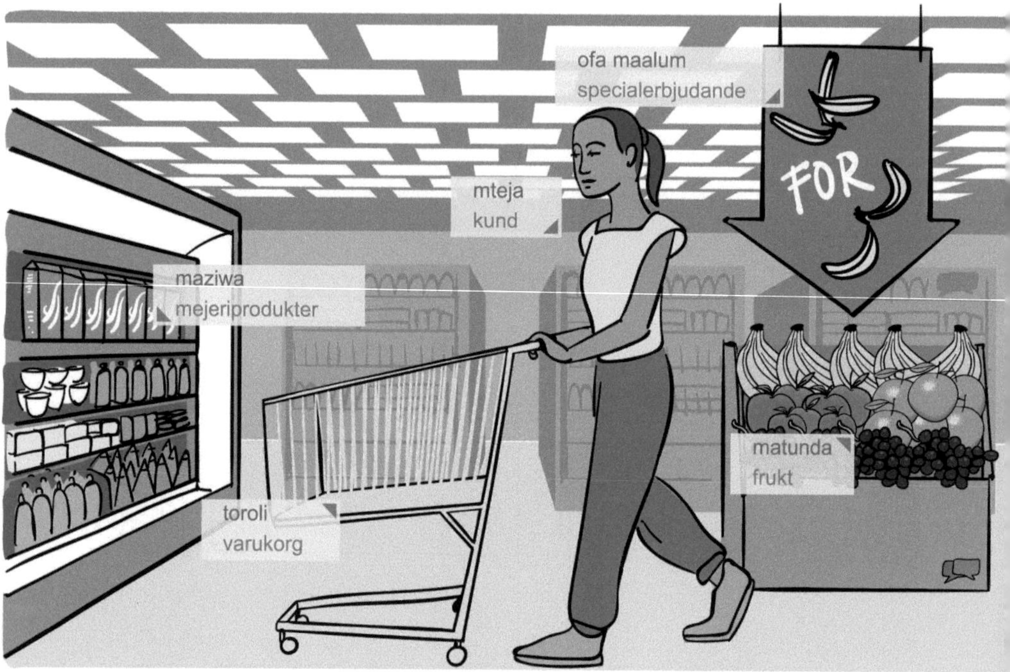

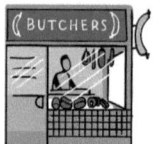

mchinjaji

charkuteri

BAKERY

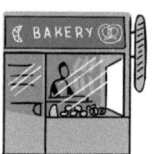

mwokaji

bageri

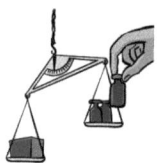

uzito

väga

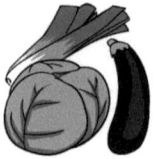

mboga

grönsaker

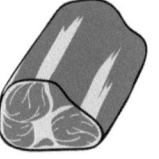

nyama

kött

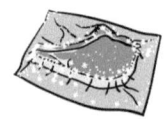

chakula waliohifadhiwa

frysta livsmedel

ipande vya nyama baridi

pålägg

chakula cha kopo

konserver

sabuni ya unga

tvättmedel

pipi

godis

bidhaa za kaya

hushållsprodukter

bidhaa za kusafisha

rengöringsmedel

mtu mauzo

försäljare

mpaka

kassa

keshia

kassör

orodha ya manunuzi

inköpslista

masaa ya ufunguzi

öppettider

mkoba

plånbok

kadi

kreditkort

mfuko

väska

mfuko wa plastiki

plastpåse

maji

vatten

sharubati

juice

maziwa

mjölk

coke

cola

mvinyo

vin

bia

öl

pombe

alkohol

kakao

kakao

chai

te

kahawa

kaffe

spreso

espresso

kapuchino

cappuccino

ndizi

banan

tufaha

äpple

machungwa

apelsin

tikiti

melon

lemon

citron

karoti

morot

kitunguu saumu

vitlök

mianzi

bambu

kitunguu

lök

uyoga

svamp

karanga

nötter

nudo

nudlar

spageti

spaghetti

mpunga

ris

saladi

sallad

vibanzi

pommes frites

viazi vya kukaanga

stekt potatis

piza

pizza

hambaga

hamburgare

sandwichi

smörgås

kipande

schnitzel

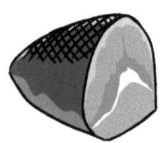

paja la mnyama

skinka

salami

salami

soseji

korv

kuku

kyckling

choma

stek

samaki

fisk

oats ya uji

havregryn

muesli

müsli

cornflakes

cornflakes

unga

mjöl

kroisanti

croissant

andazi

fralla

mkate

bröd

mkate wa kubanika

rostat bröd

biskuti

kex

siagi

smör

maziwa mgando

kvarg

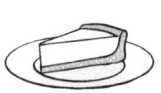

keki

kaka

yai

ägg

yai kukaanga

stekt ägg

jibini

ost

aiskrimu
glass

sukari
socker

asali
honung

jemu
sylt

kuenea kwa chokoleti
nougatkräm

mchuzi wa viungo
curry

shamba
bondgård

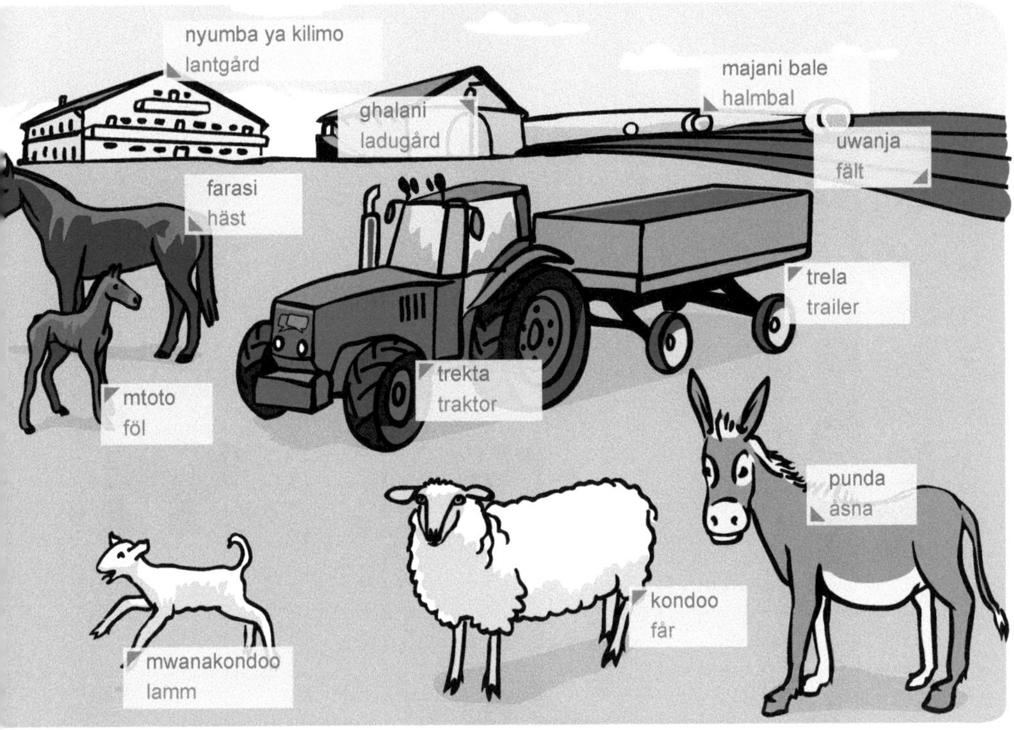

nyumba ya kilimo
lantgård
ghalani
ladugård
majani bale
halmbal
uwanja
fält
farasi
häst
trela
trailer
mtoto
föl
trekta
traktor
punda
åsna
kondoo
får
mwanakondoo
lamm

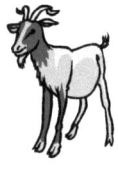

mbuzi

get

ng'ombe

ko

ndama

kalv

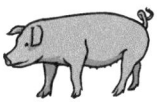

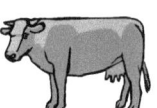

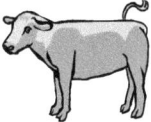

nguruwe

gris

mwananguruwe

griskulting

fahali

tjur

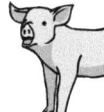

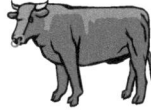

batabukini

gås

bata

anka

kifaranga

kyckling

kuku

höna

jogoo

tupp

panya

råtta

paka

katt

panya

mus

ng'ombe

oxe

mbwa

hund

nyumba ya mbwa

hundkoja

bomba la bustani

trädgårdsslang

debe la kumwagilia maji

vattenkanna

fyekeo

lie

kulima

plog

mundu

skära

jembe

hacka

uma wa nyasi

högaffel

shoka

yxa

toroli

skottkärra

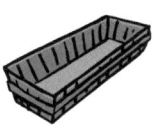

kupitia nyimbo

tråg

chombo cha maziwa

mjölkflaska

gunia

säck

ua

staket

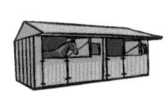

imara

stall

chafu

växthus

udongo

jord

mbegu

säd

mbolea

gödsel

kivunaji

skördetröska

mavuno

skörda

mavuno

skörd

viazi vikuu

jams

ngano

vete

soya

soja

viazi

potatis

mahindi

majs

rapa

raps

mti wa matunda

fruktträd

muhogo

maniok

nafaka

spannmål

nyumba
hus

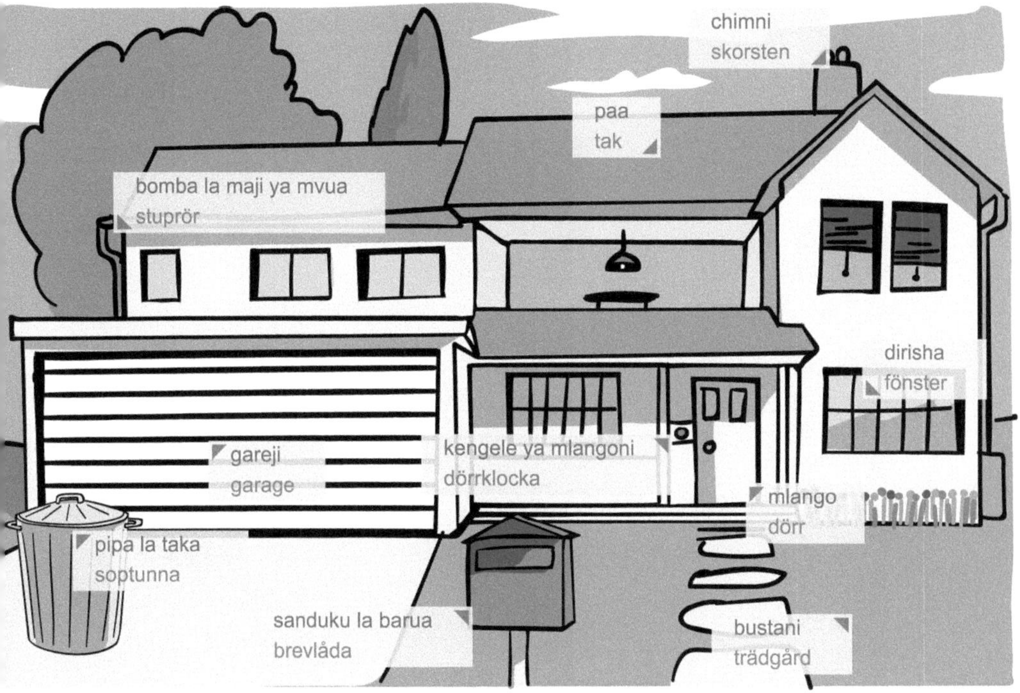

chimni
skorsten
paa
tak
bomba la maji ya mvua
stuprör
dirisha
fönster
gareji
garage
kengele ya mlangoni
dörrklocka
mlango
dörr
pipa la taka
soptunna
sanduku la barua
brevlåda
bustani
trädgård

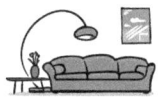

sebuleni

vardagsrum

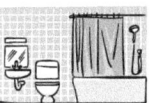

bafu

badrum

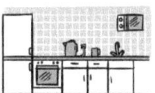

jikoni

kök

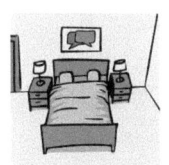

chumba cha kulala

sovrum

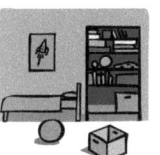

chumba ya mtoto

barnrum

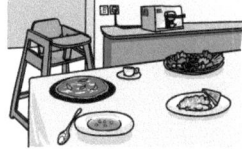

chumba cha kulia

matsal

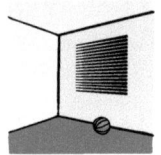

sakafu
golv

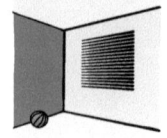

ukuta
vägg

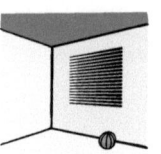

dari
tak

pishi
källare

sauna
bastu

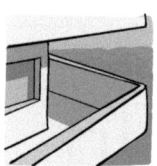

roshani
balkong

mtaro
terrass

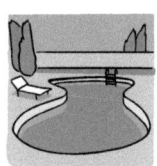

kidimbwi
bassäng

mashine ya kukata nyasi
gräsklippare

karatasi
lakan

kitambaa cha kupamba
kitanda
överkast

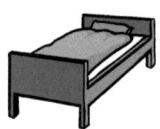

kitanda
säng

ufagio
kvast

ndoo
hink

kubadili
strömbrytare

sebuleni
vardagsrum

mandhari
tapet
picha
bild
taa
lampa
rafu
hylla
kabati
skåp
televisheni/runinga
TV
mekoni
eldstad
ua
blomma
mto
kudde
sofa
soffa
chombo cha maua
vas
kitenzambali
fjärrkontroll

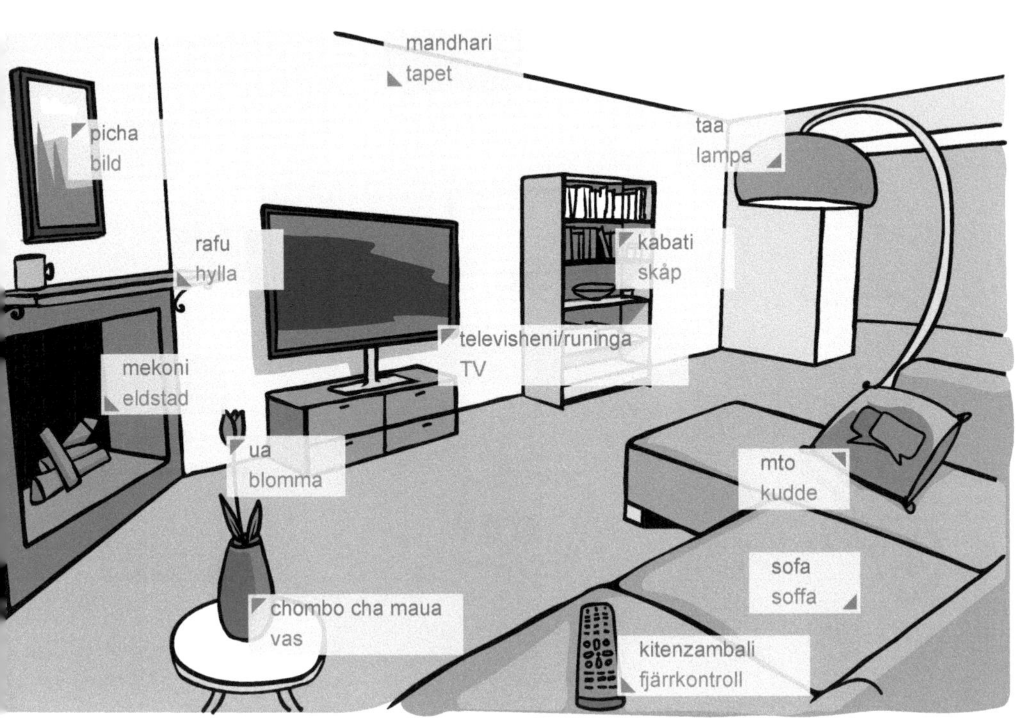

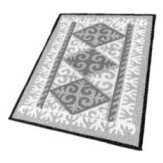

zulia
matta

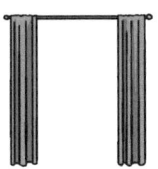

pazia
gardin

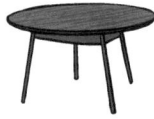

meza
bord

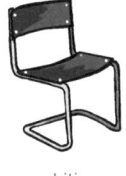

kiti
stol

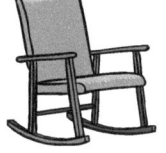

kiti cha bembea
gungstol

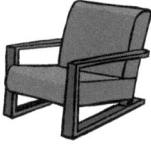

armchair
fåtölj

kitabu

bok

blanketi

filt

mapambo

dekoration

kuni

vedträ

filamu

film

kifaa cha hi-fi

stereoanläggning

ufunguo

nyckel

gazeti

dagstidning

uchoraji

målning

bango

poster

redio

radio

daftari

anteckningsbok

kifyonza

dammsugare

dungusi kakati

kaktus

mshumaa

stearinljus

jikoni
kök

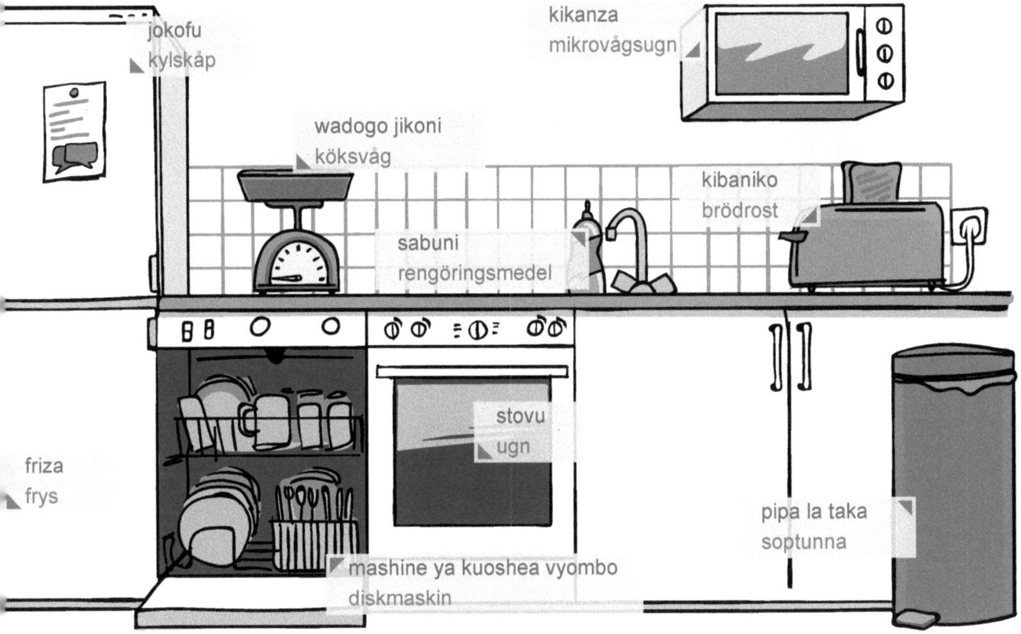
jokofu
kylskåp
kikanza
mikrovågsugn
wadogo jikoni
köksvåg
kibaniko
brödrost
sabuni
rengöringsmedel
stovu
ugn
friza
frys
pipa la taka
soptunna
mashine ya kuoshea vyombo
diskmaskin

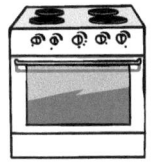

jiko la kupika
....
spis

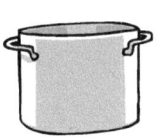

chungu
....
kastrull

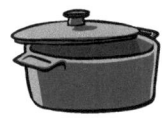

sufuria ya chuma
....
järngryta

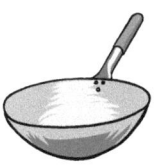

wok / kadai
....
wok / kadai

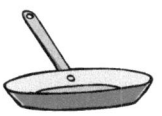

kaango
....
stekpanna

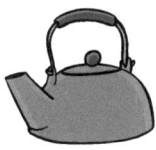

birika
....
vattenkokare

stima
ångkokare

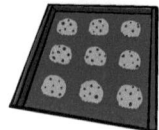

sinia ya kuoka
bakplåt

vyombo vya udongo
porslin

kombe
mugg

bakuli
skål

vijiti vya kulia
ätpinnar

ukawa
soppslev

mwiko mpana
stekspade

burashi
visp

kichujio
durkslag

chujio
sil

mbuzi
rivjärn

chokaa
mortel

barbeque
grill

moto wazi
brasa

ubao wa majaribio

skärbräda

kijiti cha kusukuma unga

kavel

kizibuo

korkskruv

kopo

burk

inaweza kopo

burköppnare

kishikio cha chungu

grytlapp

karo

vask

brashi

borste

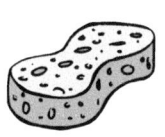

sifongo

svamp

kisagaji matunda

mixer

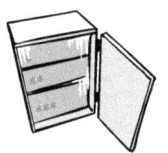

friji ya kina

frys

chupa ya mtoto

nappflaska

bomba

kran

bafu

badrum

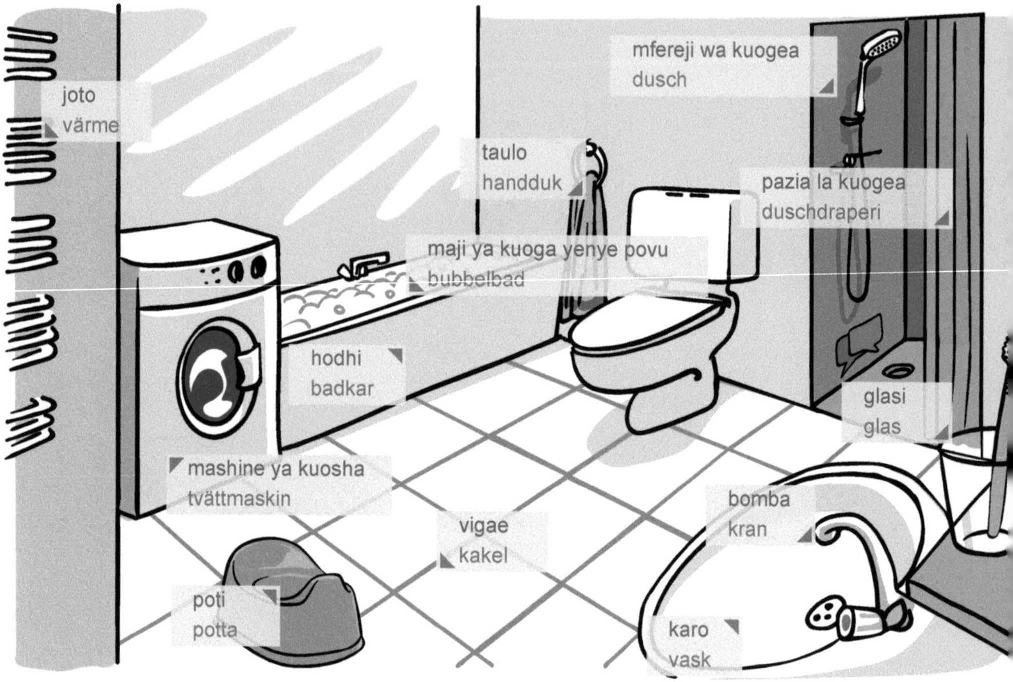

joto
värme
taulo
handduk
mfereji wa kuogea
dusch
pazia la kuogea
duschdraperi
maji ya kuoga yenye povu
bubbelbad
hodhi
badkar
glasi
glas
mashine ya kuosha
tvättmaskin
vigae
kakel
bomba
kran
poti
potta
karo
vask

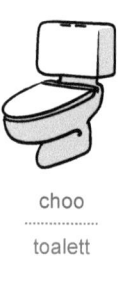

choo
toalett

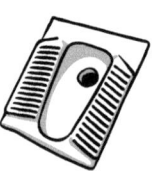

choo cha squat
låg toalett

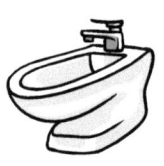

beseni la mviringo
bidet

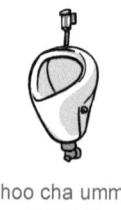

choo cha umma
pissoar

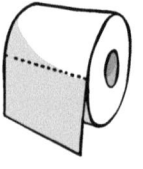

shashi
toalettpapper

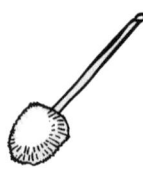

brashi ya choo
toalettborste

mswaki
tandborste

dawa ya meno
tandkräm

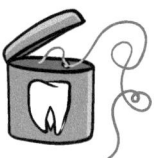

dawa ya meno
tandtråd

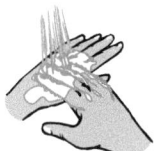

safisha
tvätta

kuoga mkono
handdusch

msukumo wa maji
intimdusch

bonde
handfat

mpako wa pili
ryggborste

sabuni
tvål

jeli ya kuogea
duschgel

shampuu
schampo

flana
trasa

toa maji
avlopp

krimu
crème

kiondoa harufu
deodorant

kioo

spegel

kioo mkono

handspegel

kinyozi

rakhyvel

povu la kunyoa

raklödder

baada ya kunyoa

rakvatten

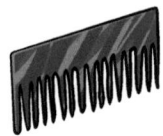

kichana

kam

brashi

borste

kikausha nywele

hårtork

marashi ya nyewele

hårspray

vipodozi

smink

kidomwa

läppstift

varnish ya msumari

nagellack

pamba

bomullsvadd

mkasi wa kucha

nagelsax

manukato

parfym

mkoba wa kuosha

necessär

kinyesi

pall

mizani

våg

nguo ya kuoga

badrock

glavu za mpira

gummihandskar

kisodo

tampong

sodo

binda

kemikali choo

kemisk toalett

chumba ya mtoto
barnrum

saa ya kengele
väckarklocka
kidoli cha kupakata
gosedjur
gari bandia
leksaksbil
kelele
skallra
chumba cha midoli
dockhus
sasa
present

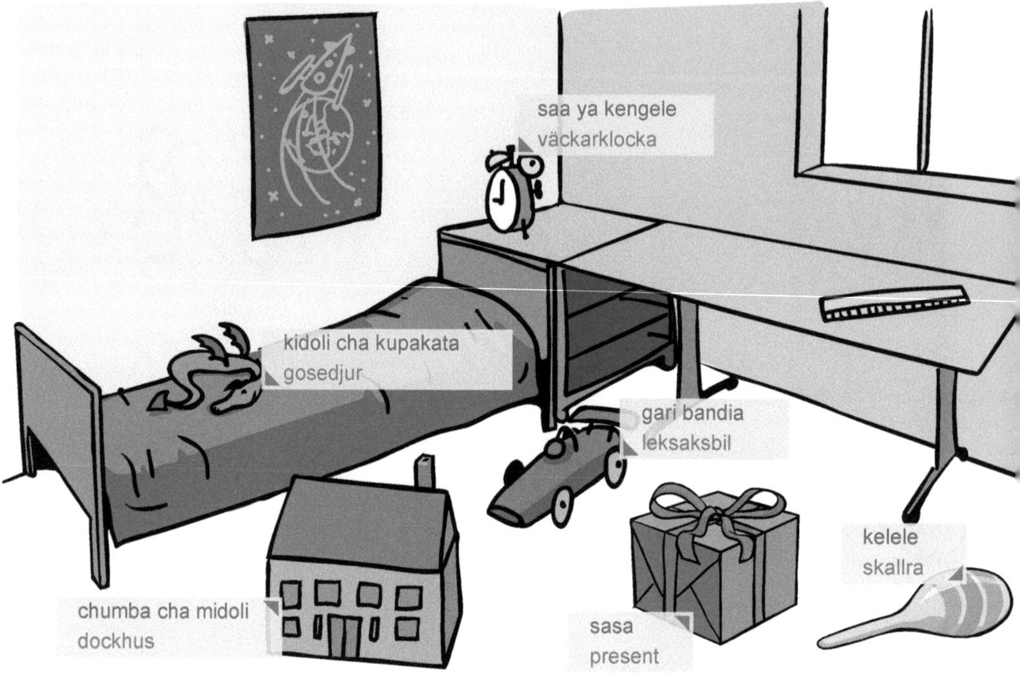

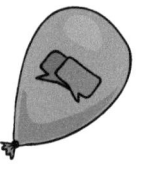

baluni

ballong

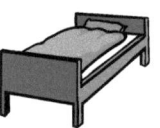

kitanda

säng

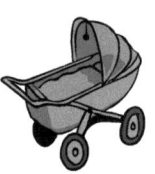

mashua

barnvagn

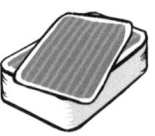

staha ya kadi

kortlek

mchezo-fumb

pussel

SUPER
MEGA

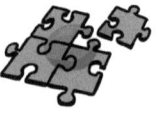

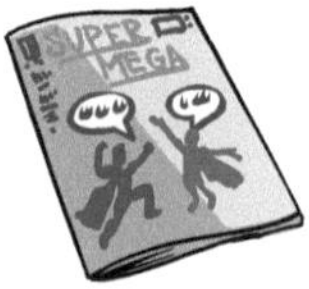

vichekesho

serietidning

matofali lego

legobitar

vitalu mwigo

klossar

hatua takwimu

actionfigur

suti ya kulalia

sparkdräkt

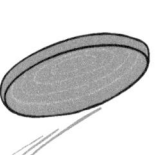

kisahani

frisbee

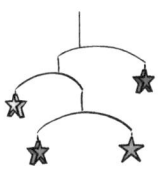

simu

mobil

ubao wa michezo

brädspel

kete

tärning

garimoshi mwigo

modelljärnväg

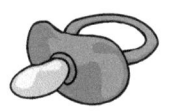

dummy

napp

chama

party

picha kitabu

bilderbok

mpira

boll

kikaragosi

docka

kucheza

spela

shimo la mchanga

sandlåda

bembea

gunga

vitu bandia

leksaker

kiweko cha video ya mchezo

spelkonsol

baiskeli ya magurudumu

trehjuling

matatu

mwanasesere

nalle

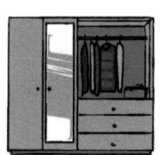

kabati

garderob

nguo

kläder

soksi

sockar

stokingi

strumpor

kibano

tights

skafu
halsduk

ukanda
bälte

mwavuli
paraply

fulana
t-shirt

viatu
stövlar

ndara
tofflor

wakufunzi
sneakers

malapa
sandaler

viatu
skor

mabuti ya mpira
gummistövlar

suruali ya ndani
underbyxor

sidiria
BH

fulana
linne

mwili

body

suruali

byxor

dangirizi

jeans

sketi

kjol

blauzi

blus

shati

skjorta

vuta

pullover

sweta

sweater

bleza

blazer

jaketi

jacka

koti

kappa

koti la mvua

regnjacka

maleba

dräkt

gauni

klänning

mavazi ya harusi

bröllopsklänning

suti
kostym

vazi la usiku
nattlinne

pajama
pyjamas

sari
sari

skafu
slöja

kilemba
turban

burka
burka

kaftan
kaftan

abaya
abaya

vazi la kuogelea
baddräkt

vazi la kiume la kuogelea
badbyxor

kaptura
shorts

teitei
träningsoverall

aproni
förkläde

glavu
handskar

kifungo

knapp

glasi

glasögon

bangili

armband

mkufu

halsband

pete

ring

herini

örhänge

kofia

mössa

kiango cha koti

galge

kofia

hatt

tai

slips

zipu

dragkedja

kofia

hjälm

kanda za suruali

hängslen

sare za shule

skoluniform

sare

uniform

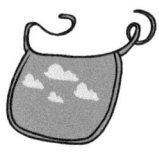

bibu

haklapp

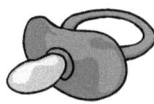

dummy

napp

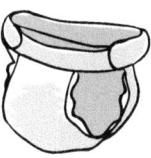

nepi

blöja

ofisi

kontor

seva
server
kabati la kuweka faili
dokumentskåp
kichapishaji
skrivare
karatasi
papper
kiwambo
bildskärm
kipanya
mus
dawati
skrivbord
folda
mapp
kibodi
tangentbord
cha kuweka karatasi chafu
rskorg
kiti
stol
kompyuta
dator

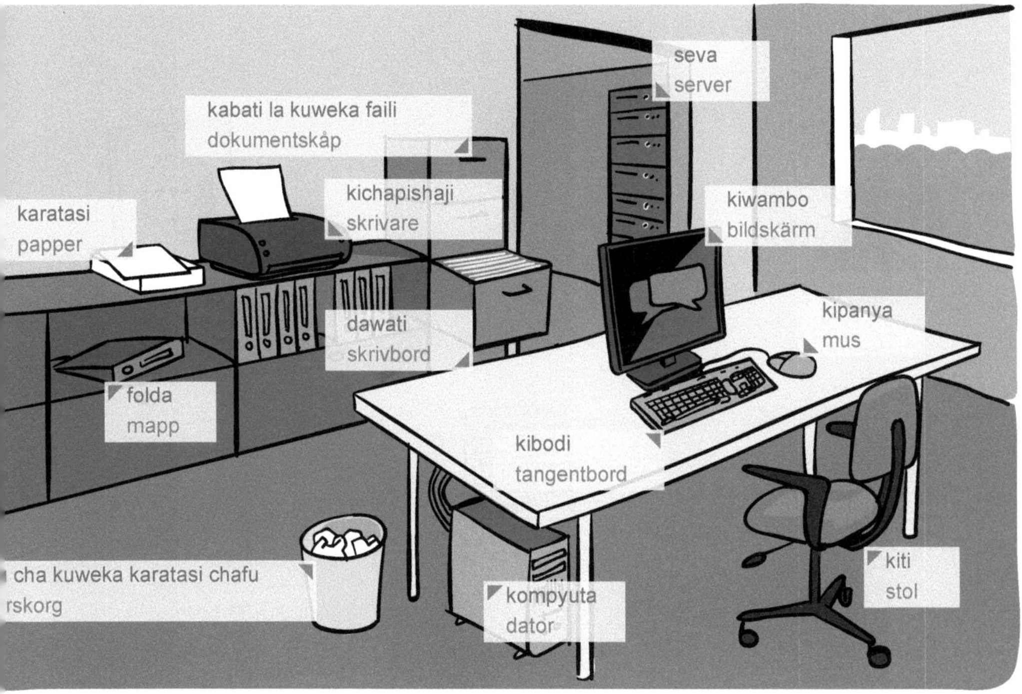

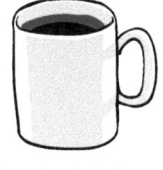

kmobe la kahawa

kaffemugg

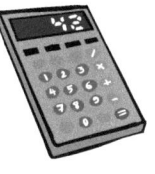

kikokotoo

miniräknare

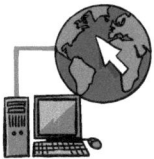

biashara

internet

mbali
....
bärbar dator

barua
....
brev

ujumbe
....
meddelande

rununu
....
mobiltelefon

intaneti
....
nätverk

fotokopia
....
kopieringsapparat

programu
....
programvara

simu
....
telefon

soketi
....
vägguttag

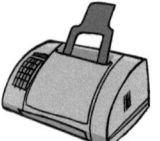

kipepesi
....
fax

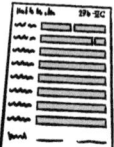

fomu
....
blankett

hati
....
dokument

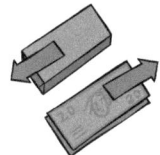

kununua
köpa

kulipa
betala

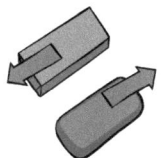

biashara
handla

fedha
pengar

USD

dola
dollar

EUR

yuro
euro

JPY

yeni
yen

RUB

rouble
rubel

CHF

faranga ya Uswisi
schweizisk franc

CNY

renminbi yuan
renminbi yan

INR

rupia
rupie

eneo la kulipia
bankomat

ofisi ya ubadilishanaji

växelkontor

dhahabu

guld

fedha

silver

mafuta

olja

nishati

energi

bei

pris

mkataba

kontrakt

kodi

skatt

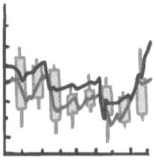

bidhaa

aktie

kazi

arbeta

mfanyakazi

anställd

mwajiri

arbetsgivare

kiwanda

fabrik

duka

affär

afisa wa polisi
polis

mzimamoto
brandman

mpishi
kock

daktari
läkare

rubani
pilot

mtunza bustani

trädgårdsmästare

seremala

snickare

mshonaji

sömmerska

hakimu

domare

mwanakemia

kemist

muigizaji

skådespelare

dereva wa basi

busschaufför

dereva wa teksi

taxichaufför

mvuvi

fiskare

mwanamke wa kusafisha

städerska

mwezekaji

takläggare

mhudumu

servitör

mwindaji

jägare

mchoraji

målare

mwokaji

bagare

umeme

elektriker

mjenzi

byggarbetare

mhandisi

ingenjör

mchinjaji

slaktare

fundi bomba

rörmokare

mwanaposta

brevbärare

mwanajeshi

soldat

msanifu majengo

arkitekt

keshia

kassör

muuza maua

florist

msusi

frisör

kondakta

konduktör

mekanika

mekaniker

nahodha

kapten

daktari wa meno

tandläkare

mwanasayansi

vetenskapsman

rabbi

rabbin

imamu

imam

mtawa

munk

kasisi

präst

kazi - yrken

zana
verktyg

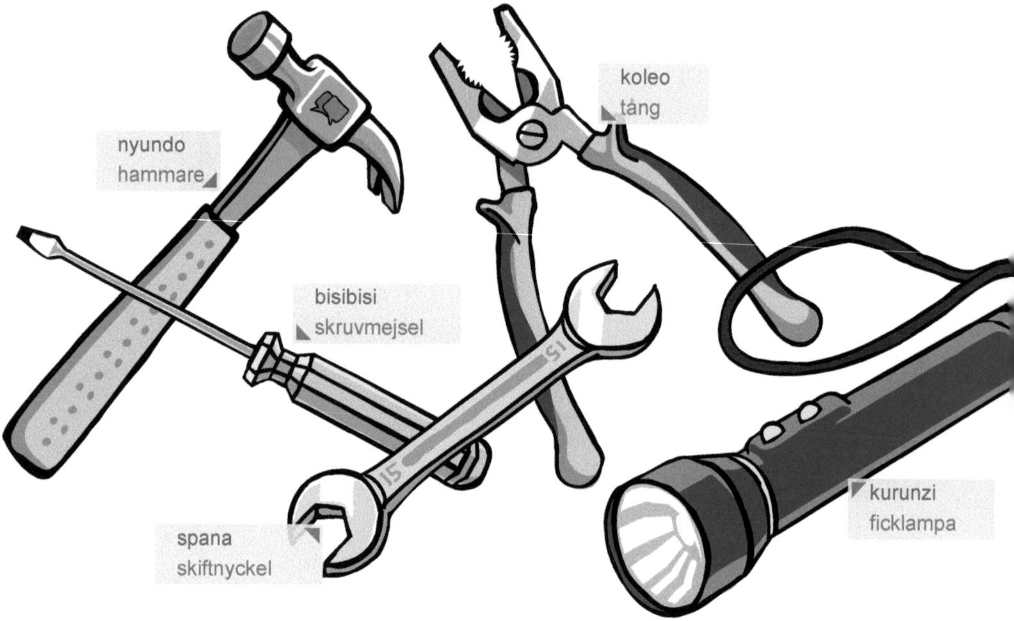

nyundo
hammare
koleo
tång
bisibisi
skruvmejsel
spana
skiftnyckel
kurunzi
ficklampa

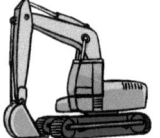

mchimbaji

grävmaskin

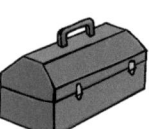

sanduku la vifaa

verktygslåda

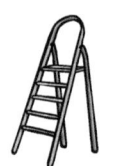

ngazi

stege

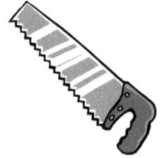

msumeno

såg

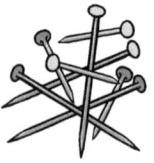

misumari

spik

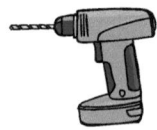

kuchimba visima

borr

kukarabati

reparera

sepetu

spade

Lo!

Helvete!

kishikio cha uchafu

sopskyffel

chungu cha rangi

färgburk

skurubu

skruvar

ala za muziki

musikinstrument

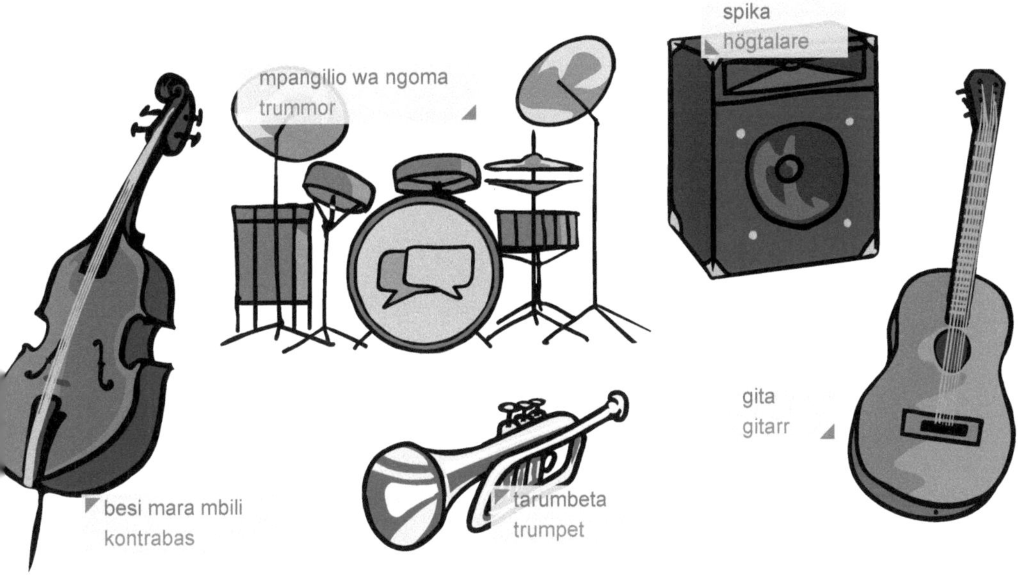

spika
högtalare

mpangilio wa ngoma
trummor

gita
gitarr

besi mara mbili
kontrabas

tarumbeta
trumpet

piano

piano

fidla

violin

ubeji

bas

timpani

timpani

ngoma

trumma

kibodi

keyboard

saksafoni

saxofon

filimbi

flöjt

maikrofoni

mikrofon

bustani ya wanyama

zoo

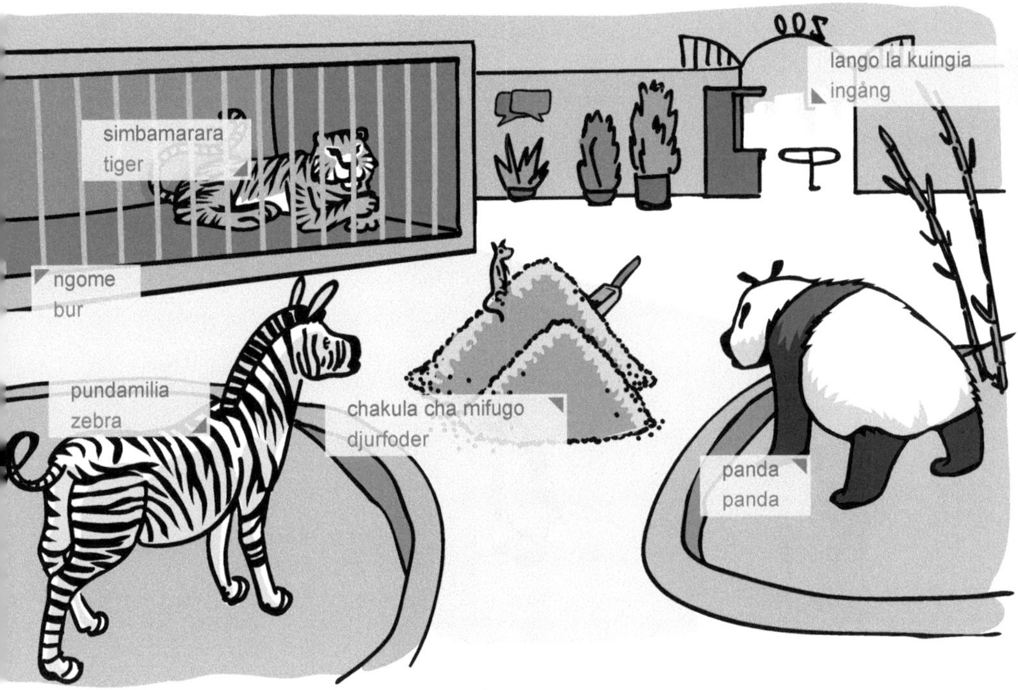
lango la kuingia
ingång
simbamarara
tiger
ngome
bur
pundamilia
zebra
chakula cha mifugo
djurfoder
panda
panda

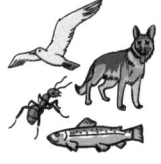

wanyama
djur

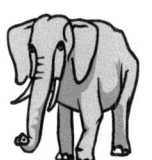

tembo
elefant

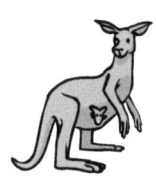

kangaruu
känguru

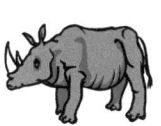

kifaru
noshörning

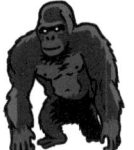

sokwe
gorilla

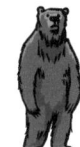

dubu
björn

ngamia
kamel

mbuni
struts

simba
lejon

tumbili
apa

heroe
flamingo

kasuku
papegoja

dubu
isbjörn

penguini
pingvin

papa
haj

tausi
påfågel

nyoka
orm

mamba
krokodil

mtunza wanyama
djurskötare

muhuri
säl

jaguar
jaguar

mwanafarasi
ponny

chui
leopard

kiboko
flodhäst

twiga
giraff

tai
örn

nguruwe mwitu
vildsvin

samaki
fisk

kobe
sköldpadda

sili
valross

mbweha
räv

paa
gazell

soka ya marekani
amerikansk fotboll

uendeshaji baiskeli
cykling

tenisi
tennis

mpira wa kikapu
basket

kuogelea
simning

magongo ya barafuni
ishockey

ndondi
boxning

soka
fotboll

vinyoya
badminton

riadha
friidrott

mpira wa mikono
handboll

skii
skidåkning

polo
polo

shughuli
aktiviteter

kuruka
hoppa
kumbatia
krama
cheka
skratta
kutembea
gå
kuimba
sjunga
ota ndoto
drömma
kuomba
be
busu
kyssa

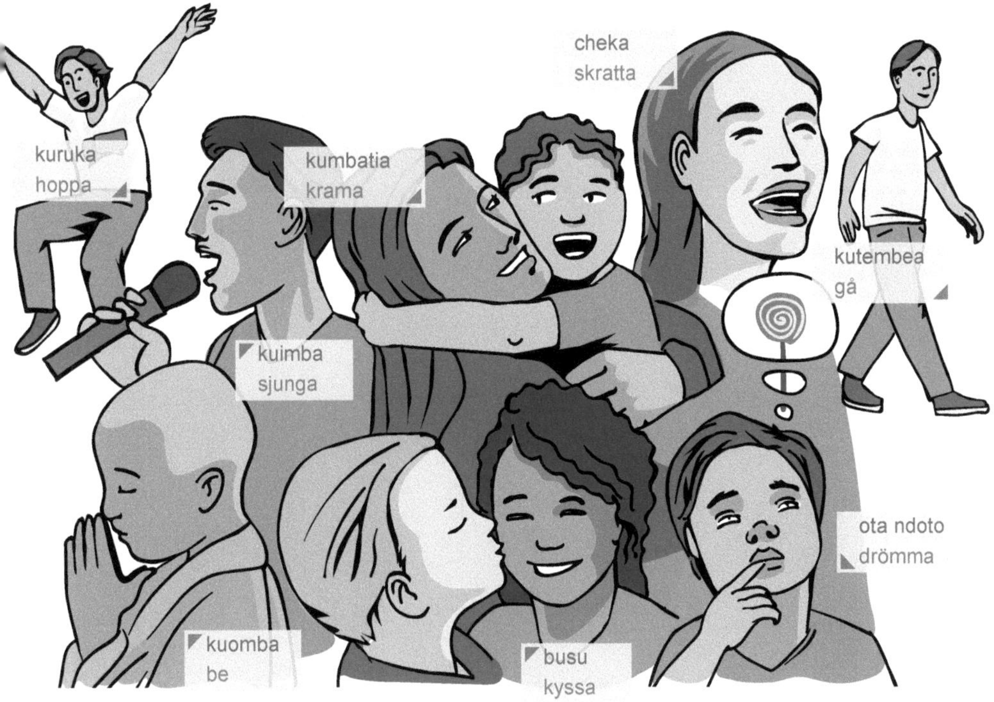

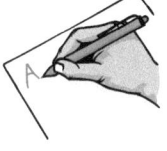

kuandika

skriva

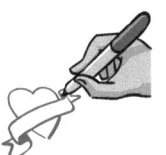

kuteka

rita

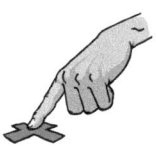

angalia

visa

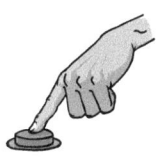

sukuma

skjuta

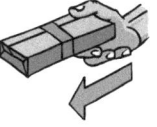

kutoa

ge

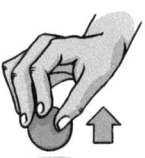

kuchukua

ta

kuwa

hagel

fanya

göra

kuwa

vara

kusimama

stå

kukimbia

springa

vuta

dra

kutupa

kasta

kuanguka

falla

hadaa

ligga

kusubiri

vänta

kubeba

bära

kukaa

sitta

vaa nguo

klä på

usingizi

sova

kuamka

vakna

kuangalia

se på

lia

gråta

kiharusi

smeka

chana nywele

kamma

ongea

prata

kuelewa

förstå

kuuliza

fråga

kusikiliza

höra

kunywa

dricka

kula

äta

nadhifisha

städa

upendo

älska

mpishi

laga mat

gari

köra

kuruka

flyga

meli
segla

kokotoa
räkna

kusoma
läsa

kujifunza
lära sig

kazi
arbeta

kuoa
gifta sig

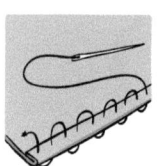

kushona
sy

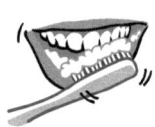

piga mswaki
borsta tänderna

kuua
döda

moshi
röka

kutuma
skicka

babu
morfar/farfar

baba
pappa

mama
mamma

bi
ormor/farmor

mtoto
baby

binti
dotter

bin
son

mgeni

gäst

shangazi

moster/faster

mjomba

farbror/morbror

kaka

bror

dada

syster

mwili

kropp

paji la uso
panna
jicho
öga
bega
skuldra
kidole
finger
uso
ansikte
kidevu
haka
mkono
hand
mguu
ben
matiti
bröst
mkono
arm

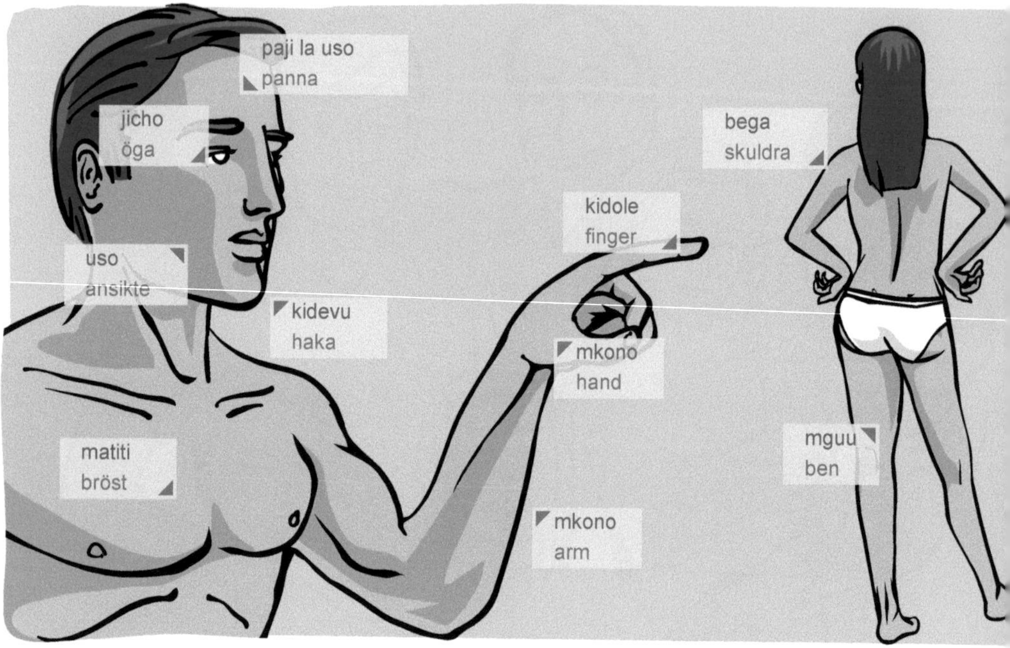

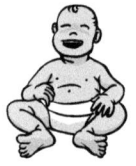

mtoto

baby

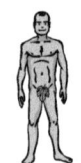

mwanamume

man

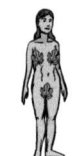

mwanamke

kvinna

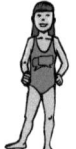

msichana

flicka

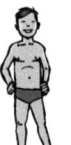

mvulana

pojke

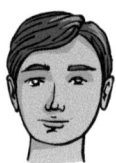

kichwa

huvud

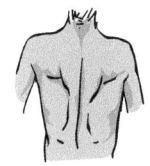

nyuma

rygg

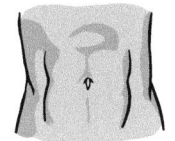

tumbo

mage

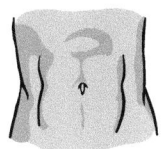

kitovu

navel

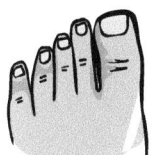

chano

tå

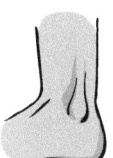

kisigino

häl

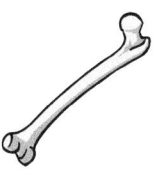

mfupa

ben

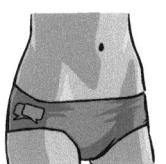

nyonga

höft

goti

knä

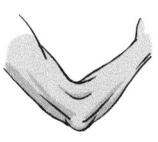

kiwiko

armbåge

pua

näsa

chini

stjärt

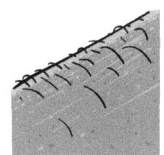

ngozi

hud

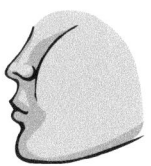

shavu

kind

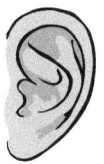

sikio

öra

mdomo

läpp

kinywa

mun

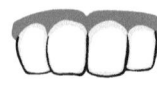

jino

tand

ulimi

tunga

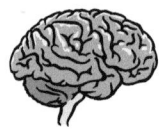

ubongo

hjärna

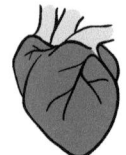

moyo

hjärta

misuli

muskel

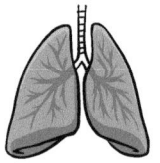

pafu

lunga

ini

lever

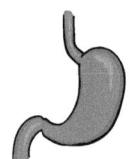

tumbo

magsäck

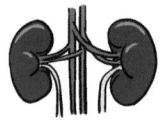

figo

njurar

jinsia

sex

kondomu

kondom

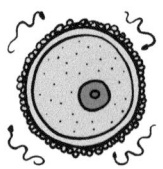

ovari

äggcell

shahawa

sperma

mimba

graviditet

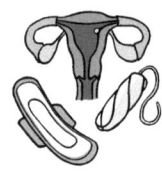

hedhi

menstruation

uke

vagina

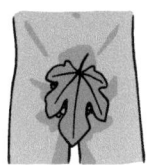

uume

penis

unyusi

ögonbryn

nywele

hår

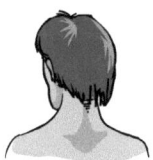

shingo

nacke

hospitali
sjukhus

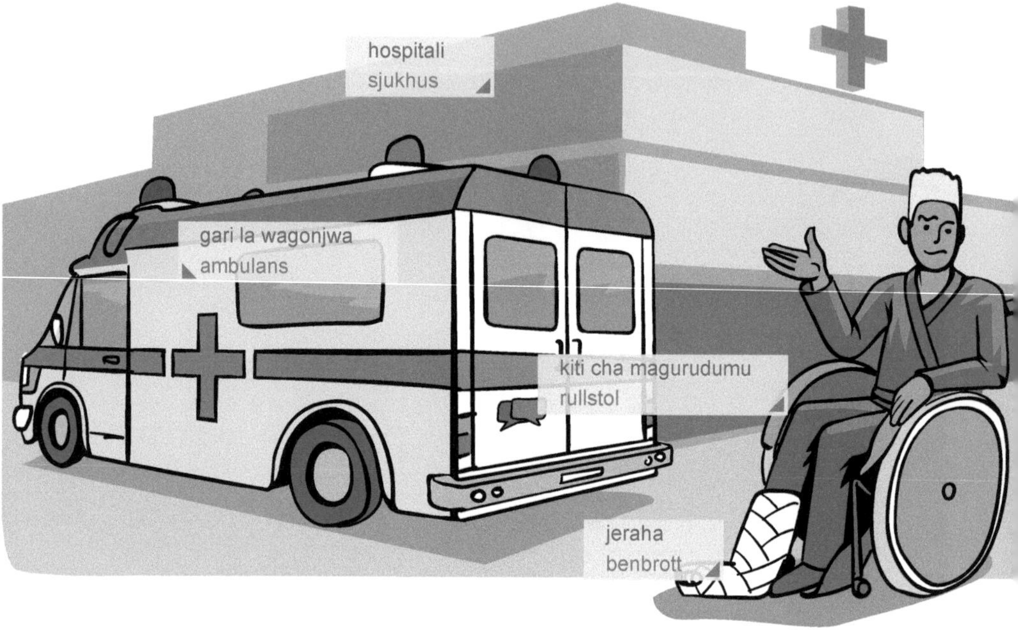

hospitali
sjukhus
gari la wagonjwa
ambulans
kiti cha magurudumu
rullstol
jeraha
benbrott

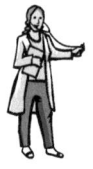

daktari

läkare

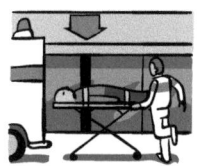

chumba cha dharura

akutmottagning

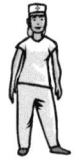

muuguzi

sjuksköterska

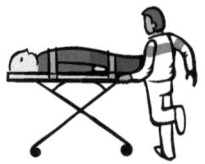

dharura

nödsituation

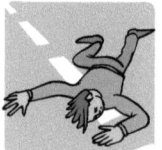

kupoteza fahamu

medvetslös

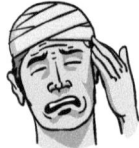

maumivu

smärta

kuumia

skada

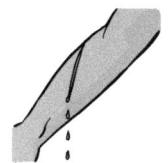

kutokwa na damu

blödning

mshtuko wa moyo

hjärtattack

kiharusi

slaganfall

mzio

allergi

kikohozi

hosta

homa

feber

mafua

influensa

kuharisha

diarré

maumivu ya kichwa

huvudvärk

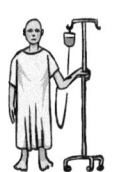

kansa

cancer

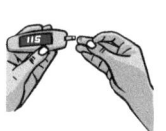

ugonjwa wa kisukari

diabetes

daktari mpasuaji

kirurg

kisu kidogo cha kupasulia

skalpell

operesheni

operation

picha changanufu ya mwili

CT

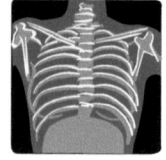

Eksrei

röntgen

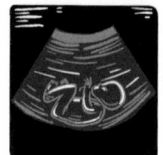

mawimbi sauti

ultraljud

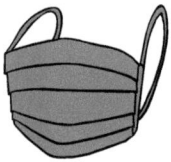

barakoa ya uso

ansiktsmask

ugonjwa

sjukdom

chumba cha kusubiri

väntsal

mkongojo

krycka

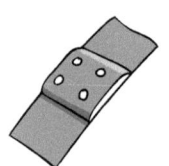

plasta

plåster

bendeji

bandage

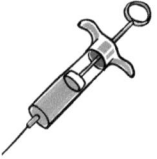

sindano

injektion

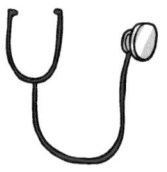

stetoskopu

stetoskop

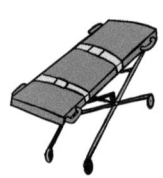

machela

bår

kipimajoto cha kliniki

termometer

kuzaliwa

födsel

unene kupita kiasi

övervikt

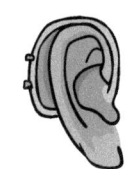

kusikia misaada

hörapparat

kipukusi

desinfektionsmedel

maambukizi

infektion

virusi

virus

VVU / UKIMWI

HIV / AIDS

dawa

medicin

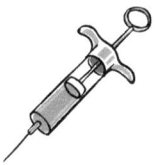

chanjo

vaccination

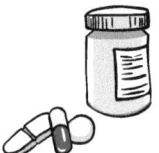

vidonge

tabletter

kidonge

p-piller

simu ya dharura

nödsamtal

haemodainamometa

blodtrycksmätare

mgonjwa / mwenye afya

sjuk / frisk

Msaada!

Hjälp!

kengele

alarm

pigo

överfall

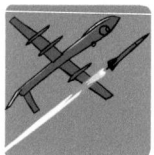

shambulizi

misshandel

hatari

fara

lango la dharura

nödutgång

Moto!

Det brinner!

kizima moto

brandsläckare

ajali

olycka

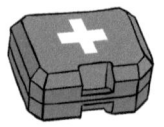

vifaa vya huduma ya kwanza

förbandslåda

wito wa msaada

SOS

polisi

polis

Ulaya

Europa

Amerika ya Kaskazini

Nordamerika

Amerika ya Kusini

Sydamerika

Afrika

Afrika

Asia

Asien

Australia

Australien

Atlantiki

Atlanten

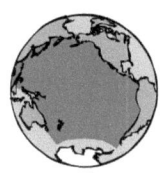

Pasifiki

Stilla Havet

Bahari ya Hindi

Indiska Oceanen

Bahari ya Antaktiki

Antarktiska Oceanen

Bahari ya Aktiki

Arktiska Oceanen

Ncha ya Kaskazini

Nordpol

Ncha ya Kusini

Sydpol

Antaktika

Antarktis

dunia

Jorden

nchi

land

bahari

hav

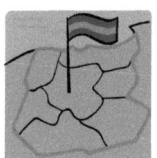

kisiwa

ö

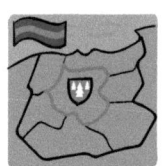

taifa

nation

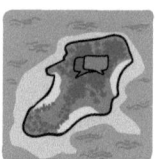

jimbo

stat

uso wa saa

urtavla

akrabu ya saa

timvisare

akrabu ya dakika

minutvisare

akrabu ya sekunde

sekundvisare

Ni saa ngapi?

Vad är klockan?

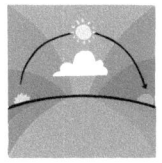

siku

dag

wakati

tid

sasa

nu

saa ya dijitali

digital klocka

dakika

minut

saa

timme

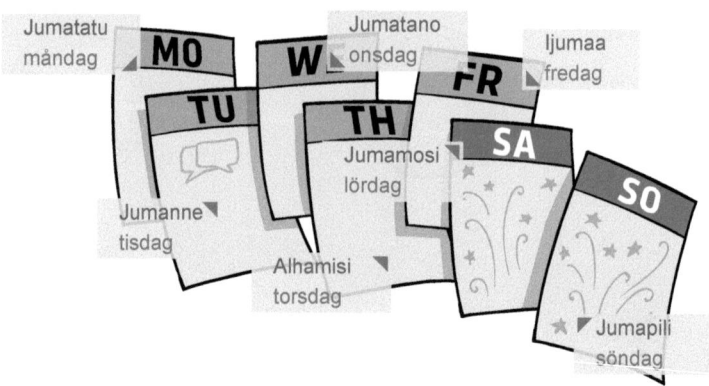

jana
igår

leo
idag

kesho
imorgon

asubuhi
morgon

saa sita mchana
middag

jioni
kväll

MO	TU	WE	TH	FR	SA	SU
1	2	3	4	5	6	7
8	9	10	11	12	13	14
15	16	17	18	19	20	21
23	23	24	25	26	27	28
29	30	31	1	2	3	4

siku za biashara
vardagar

MO	TU	WE	TH	FR	SA	SU
1	2	3	4	5	6	7
8	9	10	11	12	13	14
15	16	17	18	19	20	21
22	23	24	25	26	27	28
29	30	31	1	2	3	4

mwishoni mwa wiki
helg

mvua
regn

upinde wa mvua
regnbåge

theluji
snö

upepo
vind

majira ya machipuko
vår

vuli
höst

kiangazi
sommar

majira ya baridi
vinter

4.APRIL	11°	☀
5.APRIL	4°	☁
6.APRIL	13°	☔
7.APRIL	8°	❄
8.APRIL	10°	❄

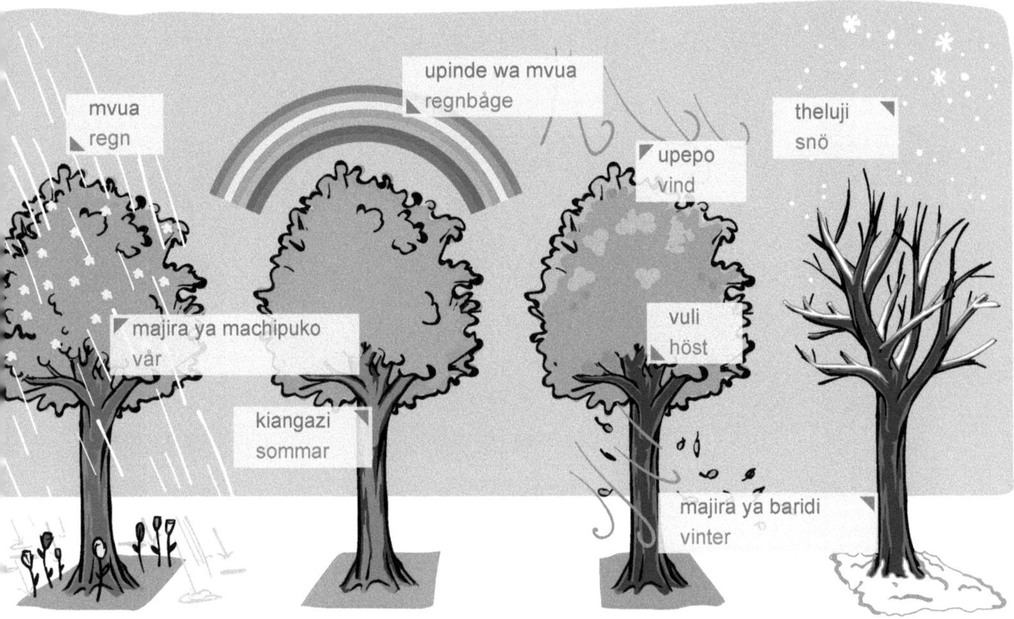

utabiri wa hali ya hewa

väderprognos

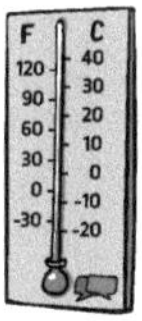

kipimajoto

termometer

mwanga wa jua

solsken

wingu

moln

ukungu

dimma

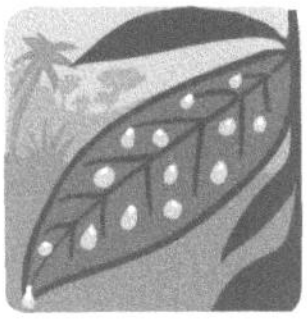

unyevu

luftfuktighet

umeme

blixt

radi

åska

dhoruba

storm

mvua ya mawe

hagel

monsuni

monsun

mafuriko

översvämning

barafu

is

Januari

januari

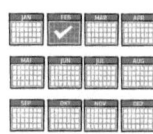

Februari

februari

Machi

mars

Aprili

april

Mei

maj

Juni

juni

Julai

juli

Agosti

augusti

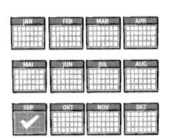

Septemba

september

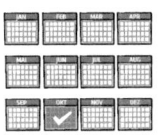

Oktoba

oktober

Novemba

november

Desemba

december

maumbo
former

mduara

cirkel

mraba

kvadrat

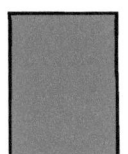

mstatili

rektangel

pembetatu

triangel

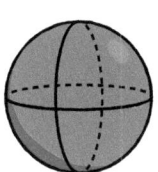

nyanja

sfär

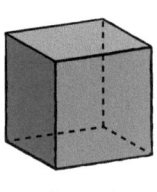

mchemraba

kub

nyeupe
vit

manjano
gul

chungwa
orange

rangi ya waridi
rosa

nyekundu
röd

hudhurungi
lila

bluu
blå

kijani
grön

hanja
brun

jivujivu
grå

nyeusi
svart

mengi / kidogo

mycket / lite

hasira / pole

arg / lugn

nzuri / mbaya

vacker / ful

mwanzo / mwisho

början / slut

kubwa / ndogo

stor / liten

angavu / giza

ljus / mörk

kaka / dada

bror / syster

safi / chafu

ren / smutsig

kamilika / tokamilika

komplett / ofullständig

siku / usiku

dag / natt

wafu / hai

död / levande

pana / nyembamba

bred / smal

kulika / kutolika

ätlig / oätlig

ovu / ema

ond / god

sisimkwa / udhika

upphetsad / uttråkad

nene / nyembamba

tjock / smal

kwanza / mwisho

först / sist

rafiki / adui

vän / fiende

jaa / tupu

full / tom

ngumu / laini

hård / mjuk

nzito / nyepesi

tung / lätt

njaa / kiu

hunger / törst

mgonjwa / mwenye afya

sjuk / frisk

haramu / kisheria

olaglig / laglig

akili / kijinga

intelligent / dum

kushoto / kulia

vänster / höger

karibu / mbali

nära / långt bort

mpya / kutumika
ny / begagnad

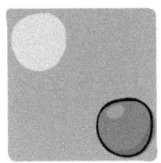

kitu / jambo
inget / något

zee / changa
gammal / ung

waka / zima
på / av

wazi / fungwa
öppen / stängd

utulivu / kelele
tyst / högljudd

tajiri / masikini
rik / fattig

sahihi / kosa
rätt / fel

mbaya / laini
grov / slät

huzunika / furahia
ledsen / glad

fupi /ndefu
kort / lång

polepole / haraka
långsam / snabb

nyevu / kavu
våt / torr

joto / baridi
varm / sval

vita / amani
krig / fred

0

sufuri

noll

1

moja

ett

2

mbili

två

3

tatu

tre

4

nne

fyra

5

tano

fem

6

sita

sex

7

saba

sju

8

nane

åtta

9

tisa

nio

10

kumi

tio

11

kumi na moja

elva

12	**13**	**14**
kumi na mbili	kumi na tatu	kumi na nne
tolv	tretton	fjorton

15	**16**	**17**
kumi na tano	kumi na sita	kumi na saba
femton	sexton	sjutton

18	**19**	**20**
kumi na nane	kumi na tisa	ishirini
arton	nitton	tjugo

100	**1.000**	**1.000.000**
mia	elfu	milioni
hundra	tusen	miljon

Kiingereza

engelska

Kiingereza cha Marekani

amerikansk engelska

Kimandarini cha Uchina

kinesisk mandarin

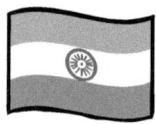

Kihindi

hindi

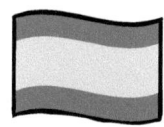

Kihispania

spanska

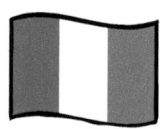

Kifaransa

franska

Kiarabu

arabiska

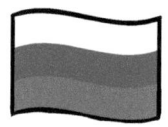

Kirusi

ryska

Kireno

portugisiska

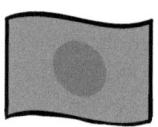

Kibengali

bengali

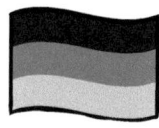

Kijerumani

tyska

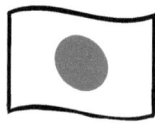

Kijapani

japanska

mimi

jag

wewe

du

yeye / yeye / ni

han / hon / den (det)

sisi

vi

wewe

ni

wao

de

nani?

vem?

nini?

vad?

jinsi gani?

hur?

wapi?

var?

lini?

när?

jina

namn

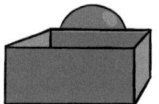

nyuma

bakom

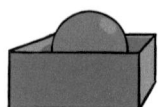

katika

i

mbele ya

framför

juu ya

över

kwenye

på

chini ya

under

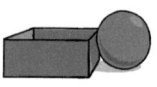

kando

bredvid

kati

mellan

mahali

plats